புத்தகம் சிறிது
சிந்தனை பெரிது

ஆரூர்.சிவ.மணிவேல்

Copyright © Aarur. Siva. Manivel
All Rights Reserved.

ISBN 978-1-63940-534-3

This book has been published with all efforts taken to make the material error-free after the consent of the author. However, the author and the publisher do not assume and hereby disclaim any liability to any party for any loss, damage, or disruption caused by errors or omissions, whether such errors or omissions result from negligence, accident, or any other cause.

While every effort has been made to avoid any mistake or omission, this publication is being sold on the condition and understanding that neither the author nor the publishers or printers would be liable in any manner to any person by reason of any mistake or omission in this publication or for any action taken or omitted to be taken or advice rendered or accepted on the basis of this work. For any defect in printing or binding the publishers will be liable only to replace the defective copy by another copy of this work then available.

பொருளடக்கம்

1. அத்தியாயம் 1 — 1
2. அத்தியாயம் 2 — 2
3. அத்தியாயம் 3 — 5
4. அத்தியாயம் 4 — 6
5. அத்தியாயம் 5 — 7
6. அத்தியாயம் 6 — 8
7. அத்தியாயம் 7 — 9
8. விவசாயி பேசும் விவசாயம்..... — 10
9. அத்தியாயம் 9 — 12
10. அத்தியாயம் 10 — 15
11. அத்தியாயம் 11 — 16
12. அத்தியாயம் 12 — 17
13. அத்தியாயம் 13 — 18
14. சவமானேன் நான் — 19
15. அத்தியாயம் 15 — 21
16. அத்தியாயம் 16 — 23
17. அத்தியாயம் 17 — 24
18. அத்தியாயம் 18 — 25
19. அத்தியாயம் 19 — 26
20. அத்தியாயம் 20 — 27
21. அத்தியாயம் 21 — 28
22. அத்தியாயம் 22 — 29
23. அத்தியாயம் 23 — 30
24. அத்தியாயம் 24 — 31

பொருளடக்கம்

25. அத்தியாயம் 25	32
26. அத்தியாயம் 26	33
27. அத்தியாயம் 27	34
28. அத்தியாயம் 28	35
29. அத்தியாயம் 29	36
30. அத்தியாயம் 30	37
31. அத்தியாயம் 31	38
32. அத்தியாயம் 32	39
33. அத்தியாயம் 33	40
34. அத்தியாயம் 34	41
35. அத்தியாயம் 35	42
36. அத்தியாயம் 36	43
37. அத்தியாயம் 37	44
38. அத்தியாயம் 38	45
39. அத்தியாயம் 39	46
40. அத்தியாயம் 40	47
41. அத்தியாயம் 41	48
42. அத்தியாயம் 42	49
43. அத்தியாயம் 43	50
ஆசிரியர் குறிப்பு	51

அத்தியாயம் 1

நிலவும் நானும்
பேசிக் கொள்ளும் நேரம்...
மொழிகள் எதுவும்
தேவை இல்லை
உடல் அசைவுகளும்
தேவையில்லை
இது உள்ளத்திற்கும் உணர்வுகளுக்கும் இடையேயான உரையாடல்...
ஒரு நாளில் ஒரு மணி
நேரம் ஒதுக்கி பார்
மௌனமான நேரம் உன் வாழ்வில்
நீ வாழ வேண்டிய
அத்தனை அனுபவங்களையும் அள்ளித்தரும்....
மொத்தத்தில் மௌனமான நேரம் என் மனதின்...
மாற்றத்திற்கான நேரம்

அத்தியாயம் 2

சுழலும் பூமி
சுழல்வது தெரியும்...
அது சுழல்வதை நிறுத்தி கொண்டால்
புரியும்....
வாடை காற்றும்
தென்றல் காற்றும்
கொண்டல் காற்றும்
கச்சான் காற்றும்
நின்றால் தெரியும்...
செவ்வானமும்
ஒரு நாள் கரையும்....
அண்டத்தின்
பரப்பில்
சிறு திசுவே மனிதன்....
திசுவென்பதை
மறந்து
திமிராய் அழைக்கிறான்....
சாதியாம்
மதமாம்
படையாம்
பணமாம்....
பூமியை இவன் தான்
படைத்தது போல
நெஞ்சம் புடைக்கிறான்

புரியாத
புத்தி கெட்ட மனிதன்...
மனுடர்கள் அத்தனை பேர்
மாண்டு,
பிறந்தாலும் கூட
மாறமாட்டான்
மனிதன் இவன்
மனித பிறப்பின்
அர்த்தத்தையே
மாற்றி வைத்த
மனிதன் இவன்....
வாழ்நாட்கள் பல உண்டு
மனிதன்
அதில்
மனிதனாக வாழும் நாட்கள்
சில உண்டு...
மனிதம் என்பதன்
அர்த்தம்
மறந்து
போன மனிதனே....
அகங்காரம் விட்டு
ஒருவரை ஒருவர்
அரவணைத்து வாழு...
கடினமான
இதயத்தின் சாவி
மென்மையான அன்பே....
அன்பை கொண்டு

இதயம் திற
அதில் புதைந்து
கிடக்கும்
மனிதனே
வா...
வந்து சுதந்திரமாய்
பற.....

அத்தியாயம் 3

வியர்வை நீரும்
வெந்நீர் ஆகிவிடும்
போல அவள்
அழகின்
உஷ்ணத்தால்...

அத்தியாயம் 4

உணர்வுகளின்
இருப்பிடம்
கண்டேன்
உள்ளத்தின்
ஆழத்தில் நின்றேன்
நின்றேன் அதனால்
அவளை வென்றேன்

அத்தியாயம் 5

பலமான என் இதயம்
பட்டென்று மென்மையானது சட்டென்று வந்து
விட்டது காதல்
ஒரு நாளைக்கு
இரு வேளை குளியல் ஆனது சாப்பாடு குறைந்து போனது ...
காதல்ல அறிகுறி....

அத்தியாயம் 6

கடும் பணியோ

சுடும் வெயிலோ

எனக்கு மட்டும்

கால சூழல்

மந்தமாக விளங்கியது....

அவள் சிந்தைக்குள்

புகுந்ததால்

அத்தியாயம் 7

அவள் ஒருவேளை நியூட்டனின் மூன்றாம் விதியா?
சந்தேகங்கள் எழுகின்றன எனக்குள்....
எனக்கு சமமான காதலை கொடுத்துக் கொண்டே இருக்கிறார்

8. விவசாயி பேசும் விவசாயம்.....

மண்ணெடுத்து நெத்தி பூசி...
மண்ணோடு மனம்விட்டு
மனம் பேசி...
நாங்க செய்கிறது
விவசாயம்
இறுதியில் மனித உடல் அத்தனையும் மாண்டு
போய் மண் மேலதான் சாயும்.....
மண்வெட்டி,
கைப்பிடி அரிவாள்,
வரப்போரம் பழைய மரம்,
வயிறு முட்ட பழைய சோறு....
நடவாள் பாடும் நாத்து பாட்டு,
மட உடைச்சி ஓடும் தண்ணீர் சத்தம்...
மல்லுக்கட்டும் வரப்பு சண்ட,
உச்சி வெயிலோ
ஊம வெயிலோ....
கடும் காத்தோ
சாரல் காத்தோ...
மழையோ
புயலோ....
எது வந்தாலும்
மல்லுக்கு நிப்போம்

விவசாயத்தின் பக்கம்...

அதை சரிகட்ட

ஒரு வழியா

அதுவும்

இயற்கை முறை விவசாயம்....

நல்ல படிப்பு எத்தனையோ

இருக்கலாம்

அதுக்கு மதிப்பும் கூட கிடைக்கலாம்....

ஆனா உயிர் காக்க

உணவு நமக்கு

வேணும்மையா

அதனால பள்ளிகளில்

விவசாயம்

சொல்லி தந்தே

தீரணு அய்யா

நல்ல பிள்ளைகளை வாங்கிக்கொண்டு

நல்ல விவசாயிகளை

தருமைய்யா....

அத்தியாயம் 9

என் படர்
தொடை மேல்
நீ அமர
உன் பெருமூச்சை
நான் உணர
உன் விரலால்
என்
இடையில்
நண்டு நடை
நீ போட
உன் கண்ணை
நான் பார்க்க
என் கண்ணை
நீ பார்க்க...
ஐய்யயோ
அந்த சுகம்
இவ்வுலகில்
இல்லையடா....
என் அங்கம்
எங்கெங்கும்
பரவாயில்லை
போகட்டும்
என் ஆடையின் தேகம் கூட உன் வாசம் வீசுதடா....
மீள முடியா

இச்சுகம் முன்
என் நாணமும்
வெக்கி தலை சாய்ததடா....
பகலில் தான் படுத்துகிறாய் என்றால்
பரவாயில்லை
இரவானால் போதுமடா
பக்கத்தில் படு என்று
பாடாய் படுத்தி என்னை
நீ தூங்கும்
வரையில்
என் உறக்கமும்
கெடுத்து
இறுதியில்
சுகம் தந்து
உடல் வலி தந்து
இம்சையையும்
இனிமையாக்கி
இன்று திடீர் என்று விட்டு சென்றாய்...
மனிதனா நீ
மனம் இருக்கா
உனக்கு...
போ
பின்னால்
நானும்
வருகிறேன்
போ.....
என்று தன்

பிஞ்சு குழந்தையை
பறிகொடுத்த
தாய் புலம்பிக்
கொண்டு இருந்தால்.....

அத்தியாயம் 10

என் மனக் காடு
தீ பற்றி
எரிந்து கொண்டே
இருப்பதால்
கண்ணீர் ஊற்றி
அணைத்து கொண்டு
இருக்கிறேன்
தனிமையில்

அத்தியாயம் 11

தோட்டா இல்லாத
துப்பாக்கியும்
தோல்வி இல்லாத
வாழ்க்கையும் ஒன்றே....
இரண்டுமே
இருந்தும் பயனில்லை

அத்தியாயம் 12

இதயமும் இல்லை
அதில் ஈரமும் இல்லை
ஆனாலும் கருணை பிறக்கிறது....
சுவரில் வரையப்பட்ட
அன்னை தெரசாவின்
புகைப்படம்
அவமானங்களை
மனதார
ஏற்றுக் கொள்வதே
வெற்றி அடையும்
ஒரே வழி

அத்தியாயம் 13

நாம் ஒன்றை
பார்க்கும் தன்மையை
பொறுத்தே
அதன் நிறையும்
குறையும்
அமைகிறது
இரு சிறு கண்களில்
எத்தனை பார்வைகள்

14. சவமானேன் நான்

படிப்பே வாழ்க்கை
பயமே அப்பா
பயம் போக்கும்
இடமே
அம்மா என்ற காலம் போய்
வாழ்க்கையின் நகர்தலை
புரிய தொடங்கிய
நாட்கள் அது
காற்றின் மொழி
புரிய தொடங்கியது
கல்வி காதல் காமம்
அர்த்தப்பட்டது
கவிதையும்
கவலையும்
வாழ்வின்
அங்கமானது
மனிதனை போல்
இல்லாதிருக்க ஆசைப்பட்டேன்
நேரத்தைபோல்
நில்லாதிருக்க
ஆசைப்பட்டேன்
காலம் என்னையும்
காதல் புதைகுழியில்
தள்ள

மீள தவித்தேன்
உடல் மட்டும்
புதைந்திருந்தால்
மீண்டிருப்பேன்
புதைத்ததென்னவோ
உள்ளம்
அதனால் தான்
நடைபிணமாய்
நடமாடிக்கொண்டு
இருக்கிறேன்...

அத்தியாயம் 15

வான சல்லடையில்
வற்றாத அருவியாய்
கொட்டும் மழை...
பூமி வந்து சேர்ந்த உடன்
இறக்கமான இடங்களில்
எல்லாம் இறுக்காமாக
இருந்து விடும்
கொட்டும் மழை...
ஆறாய்
அருவியாய்
கடாலாய்
அது கரை சேர்ந்தால்
வீடு சேர அடுத்த பயணத்திற்கு
சூரியனின் வெயிலையும்
காற்றையும்
வாடகை வாங்கி...
கெட்டி கெட்டியாய்
கொட்டி தீர்த்த மழை
உடை மாற்றி
நிறம் மாற்றி
நீராவியாய்
மேக வீடு
திரும்பி விடுகிறது...
வற்றி கிடக்கும்

பூமியின் நிலை கண்டு
தற்கொலை செய்து கொள்கிறது
கொட்டும்
மழை....
மழையின் தியாகம்
உணர்வோம்
மழைநீரை சேகரிப்போம்

அத்தியாயம் 16

அரை அடி
வயிற்றில் தோன்றிய
மனிதன்
ஆறடி குழியில்
அடங்குவது அதிசயம்.

அத்தியாயம் 17

எதுவும் இல்லாமல்
இருப்பது வறுமை
எல்லாம் இருந்தும்
இல்லாமல் இருப்பது தனிமை

அத்தியாயம் 18

தோல்வி அடைந்தவன்
சிரிக்கும் போது
வெற்றி அடைந்தவன்
தோற்றுப் போகிறான்

அத்தியாயம் 19

சலித்தால்
சிரிப்பும்
அழுப்பு
தான்

அத்தியாயம் 20

அழுக்கிழும்
ஆனந்தம்
கொள்பவனே
கவிஞன்

அத்தியாயம் 21

வலிகள்
அதிகமாகிவிட்டால்
வாழ்க்(கை)யின்
கால் உடைந்து
விடுகிறது..

அத்தியாயம் 22

பேசாது
இருந்து விடுங்கள்
உங்களை
பற்றி
பேச தொடங்கி
விடுவார்கள்....

அத்தியாயம் 23

வாயார
வாழ்த்துபவர்களை
விட
மனம் நிறைந்து
குறை கூறுவர்களே
அதிகம்...

அத்தியாயம் 24

தாழ்வுமனப்பான்மை
திரையின்
பின்னே
மறைந்து
கிடக்கிறதுதிறமை....

அத்தியாயம் 25

அவள்
இமையை
பார்த்து கொண்டே
இடறி விழுந்து விட்டேன்..
அவள் இதயத்தில்...

அத்தியாயம் 26

அன்புக்காக
ஏங்குவதை
அணு அணுவாய்
ரசித்தால்
ஆக சிறந்த
அனுபவம்
கிடைக்கும்....
காரணம் அந்த
வலி
உலக உணர்வின்
உச்ச வலி...

அத்தியாயம் 27

உணர்வுகளை
புரிந்து கொள்ளாத
உறவுகளே அதிகம்
உலகில்....

அத்தியாயம் 28

பட்டாம்பூச்சியின் விட மென்மையான காதலால்
என் கட்டு சிட்டான இதயத்தை உடைத்து விட்டாள்..

அத்தியாயம் 29

விலைவாசியை விட
மிக வேகமாக
ஏறுகிறது
வேலையில்லா வாசிகளின்
எண்ணிக்கை...

அத்தியாயம் 30

என்னை பார்த்து
நானே சிரித்துக்
கொள்கிறேன்
என்னை பார்த்த
எல்லோரும் சிரிப்பது
போல
இப்படிக்கு
கோமாளி...

அத்தியாயம் 31

நாசியின்
தேடல்
அதன்
இறுதி
சுவாசத்தில்
நிறைவடைகிறது....

அத்தியாயம் 32

கண்கள்
பேசாததை
எந்த ஒரு
மொழியும்
பேசப்போவதில்லை...

அத்தியாயம் 33

*பணம்
என்னும்
தூண்டிலில்
சிக்கி
தவிக்கிறான்
மனிதன்...*

அத்தியாயம் 34

உண்டியலில்
காசு விழுந்த
சப்தம்
கேட்டதும்
கண்ணை
திறந்து
கொண்டது
சாமி....

அத்தியாயம் 35

மரங்களின்
நிழலை
எல்லாம்
ஒரு நாள்
அரசாங்கம்
ஆக்கிரமிப்பு
செய்யும்
அன்று அறிவாய்
மரத்தின் அருமை

அத்தியாயம் 36

விடிய விடிய
மழை
வீட்டுக்குள்ளே
கப்பல்
விட்டான்
ஏழைச் சிறுவன்..

அத்தியாயம் 37

சொல்லிலும் சரி நெல்லிலும் சரி கொட்டி விட்டு எடுக்கும்
போது நிச்சயம்
தூசி படிந்து
இருக்கும்...

அத்தியாயம் 38

நிலவின் மறுபக்கத்தை பார்த்ததில்லையா
இவள் உறங்கும் போது
பாருங்கள் அப்பட்டமாக
தெரிகிறது இத்தனை நாளாய் மறைத்து வைத்திருந்த நிலவின் அந்த பக்கம்

அத்தியாயம் 39

அவளை தீண்டிய
தென்றலும் மோட்சம்
பெற்றது அவள்
வாசம் பெற்றதால்..

அத்தியாயம் 40

பச்சை மரமும்
பட்டுத்தான்
போகிறது
பாவையின்
பார்வை
படாது
போனால்...

அத்தியாயம் 41

பாவையின்
பார்வை
என் மீது
விழுந்ததால்
எழுந்து
கொண்டது
என்னுள்
உறங்கிய
காதல் பிசாசு...

அத்தியாயம் 42

பூ
பிடிக்காதாம் அவளுக்கு
அதனால்
என் இதய இதழ்களை
விரித்து எடுத்து
சமர்ப்பிக்கிறேன்
என் காதலை...

அத்தியாயம் 43

மேகங்களை உற்றுப் பாருங்கள் உங்களுக்கே தெரியும் உலகின் தலை சிறந்த ஓவியன் காற்றே என்று..

ஆசிரியர் குறிப்பு

வணக்கம் அன்பார்ந்த வாசகர்களே
நான் ஆரூர்.சிவ.மணிவேல்

நான் திருவாரூர் மாவட்டம் வடபாதிமங்கலத்தை சார்ந்-தவன்..

சுற்றி கிராமம் கிராமத்து மத்தியில் ஒரு சிறியதாய் என் வீடு

அந்த வீடு என் நண்பர்கள் என் குடும்பம் என் ஊர் இத்தனை மட்டும் எனக்குத் தெரிந்தது இத்தனைக்குள்

மட்டுமே அத்தனை விஷயங்கள் கொட்டிக் கிடக்கும் போது சிந்தித்துப் பாருங்கள்

வாருங்கள் ஒற்றுமையாய் சேர்ந்த கவி படைப்போம் நான் ஆரூர்.சிவ.மணிவேல்

www.ingramcontent.com/pod-product-compliance
Lightning Source LLC
LaVergne TN
LVHW041547060526
838200LV00037B/1184
* 9 7 8 1 6 3 9 4 0 5 3 4 3 *